காற்றில் கரைந்த
வெண்மேகமாய் ...

திவ்நாகாஜோ

(சே.நாகலெட்சுமி)

காற்றில் கரைந்த வெண்மேகமாய்
கவிதை & சிறுகதை
ஆசிரியர் : திவ்நாகாஜோ ©
முதல் பதிப்பு : ஆகஸ்ட் 2022
வெளியீடு : ஏலே பதிப்பகம்
5/175, பாத்திமா நகர், கூத்தென்குழி,
திருநெல்வேலி - 627104
தொடர்புக்கு : +91 9944992571

Kaatril karaintha venmegamai
Poetry & Short Story
by Divnagajo ©
First Edition : August 2022

ISBN : 978-93-5533-479-4
Aelay Publish
Contact : +91 9944992571
Designed by : Aelay publish team

வாழ்த்துரை

கருவறையில் சுமந்திருந்த கருவொன்று இன்று
கவிதையாய் அனைவரின் முன் அர்ப்பணம்
செய்யப்படுகிறது...

காதலைப் போற்றிப்பாடாத காயங்கள் இல்லை..

இங்கு காயங்களின் போற்றுதலே கவிதைகளாய்...

எங்கும் நிறைந்திருக்கும் காதலை காற்றாய்
சுவாசிப்போம்..

வலிகள் குறைந்தப்பாடில்லை
என்னும் போது வலிகளை வரிகளாக்கு..
வலிகள் அடங்கப்படும்....

எழுத்தாளர்
திவ்நாகாஜோ *(divnagajo)*

நன்றிகள்...
எனது டி.இ.எல்.சி
நடுநிலைப்பள்ளி, அரண்மனைமேடு, கமுதி.
ஆசிரியர்களுக்கும்..
மற்றும் சுப்பையாபுரம்
(விருதுநகர்) ஆசிரியர்களுக்கும்

என் நண்பர்களுக்கும், என் குடும்ப உறவுகளுக்கும்
மற்றும்
ஓய்க்யூ (yq) குடும்பத்திற்கும் எனது கவிதை தடாக
உறவுகளுக்கும்

தொடர்ந்து எழுதுவதற்கு ஊக்கப்படுத்திக்
கொண்டிருக்கும் அனைத்து உறவுகளுக்கும்

கவிதை

காலை ஏழு மணி பரபரப்பா
கிளம்பிட்டே சொன்னேன்..

வீட்டுலையும் பாப்பாவை
நான்தான் பார்த்துகுறேன்..
அலுவலகத்திலும் நான்தான்
பார்த்துகுறேன்..

ஒருநாள் ஏன் ஒருநாள் கூட
பார்த்துக்க மாட்டீங்களா
கேட்டுட்டேன்..

சரி, இன்னைக்கு என்னோட
அலுவலகத்துக்கு நானே
அழைச்சிட்டு போறேன்..
முகம் சுளீர் சுளீருனு..

வேண்டாம் விடுங்க ..
சொன்ன நேரம்
பாப்பா இரண்டு ஒரே ஜாலி
ரெண்டு சக்கர வாகனத்தில
ரெக்க கட்டி பறந்துருச்சுங்க..

எனக்கோ பதட்டம்..
காலை 10 மணியிருக்கும்
ஏங்க பாப்பா என்ன பண்றாங்க
அவங்க பாட்டுக்கு ஜாலியா
இருக்காங்கமாமாட்டாரு..

ஏங்க பாப்பா...
அலைபேசி வழியே...
அவங்க என் அலுவலகத்தில
எல்லாரும் எப்படி வேலைப்பார்க்குறாங்கனு
ரவுன்ட்ஸ் வரங்கமாட்டாரு..

ஏங்க.... பாப்பா..
மதிய சாப்பாடு ஊட்டுனீங்களா..
சாப்டாங்களா...

அடியம்மா பாப்பா இரண்டு
பேரும் சாப்பிட்டு அலுவலகத்தில
ஒரு ரூம்ல தூங்குறாங்க..

காலையில இருந்து எத்தனை
போன்னு...
இதுக்கு நீயே பாப்பா கூப்டு
போய்ருக்கலாம்னு செல்லமா
ஒரு திட்டு..

இதுவே முதல்முறை அவருக்கும்
எனக்கும்..

அப்பறம் என்ன..

வீட்டு வேலை
பாப்பாவ கவனிக்கிறது
எல்லாம் ரெண்டு பேரும்
சேர்ந்தே பார்த்துக்கிட்டு
சேர்ந்தே அலுவலகம்
போறோம்.

என்ன சாப்பிட்டீங்க..!

அத்தனை கொடுரமான கேள்வியா இது...!!?

அரைசாண் வயிறு தான்
இருந்தும் அதை நிரப்பியாக
வேண்டும்..

என்றோ ஒருநாள் என்றில்லை
என்றென்றும்..

நம்மை யாராவது சாப்பிட்டீங்களா
என கேட்கும் வரம்பெற்றால்
நாம் பாக்கியசாலிகளாம்..

நானெல்லாம் அப்படி யாரும் தன்னை
கேட்டிட கூடாதே என்பதற்காகவே
என்னை மறைத்தே வைப்பேன்..

அதில் என்ன மறைவு அதற்கு என்ன
இத்தனை ஒளிவு என நீங்கள்
என்னத்தோன்றலாம்..

எல்லாம் நிறைந்து இருப்பவனை
பார்த்து உனக்கு கண்ணுக் தெரியாதா என்றால்
அவன் சிரித்து விட்டு செல்வான்..

என்னை போல் குறைபாடு
உடையவரிடம் கேட்டு பார்த்து
விடாதீர்கள் நொந்து விடுவார்கள்..

அப்படி தான் இவையும்..
சாப்பிட்டீங்களா கேட்கும் போது
சிரித்து கொண்டே சாப்பிட்டேன்
என்பேன்..

சரி என்று தலையசைக்காமல்
என்ன சாப்பிட்டீர்கள் என்னும்போது..

எதையாவது சொல்லி ஆகா
வேண்டும் நிர்பந்தம்..

சாதம் என்பேன்...
என்ன எப்போதும் சாதம் தானா
என என்னை கிண்டலடித்து
செல்பவர்க்கு என்ன விளக்குவது..

சரி வேறு ஏதாவது உணவு
பதார்த்தங்களை உளறி விடலாம்
என்ற நிர்பந்ததில் விழும் போது
சப்பாத்தி என்பேன்..
தொட்டுக்கொள்ள என்ன என்பார்கள்

அதையெல்லாம் தொட்டு
பார்த்திருந்தால் அல்லவா சரியாக
குருமா என்றிருப்பேன்..

சில சமயம் குருமா என்றாலும்
என்ன குருமா என அடுத்த கேள்வி வந்து
விழும்..அதற்கும் பதிலளிப்பதா
இல்லை பாதியிலே விட்டுவிடுவதா..

என்றறியாமல் அங்கிருந்து நகர்வேன்..

மூன்று வேலை சாதம் சாப்பிடும்
எனக்கு சரியாக சாதம் கிடைத்தாலே
போதும் என்கிறது..
என் அரைசாண் வயிறு...

உண்மையை தழுவி எழுதப்பட்ட
காப்பியம்..

பனைவோலை வாசம்
அவள் மேனி..

கந்தலாடையில் மேனி
தெரியும்...ஆனால் அவளில்
அழுக்கு தெரிவதில்லை..

கால்வயிறு சோறு
காசுக்கு வழியில்லை..
இருந்தும் கை விரித்ததில்லை..

கூடை பின்னளில் சேர்க்கிறாள்..
பனைவோலைகளை..
கூடவே அவளையும் இணைக்கிறாள்..

அவளை கடக்கும் போதெல்லாம்
பனைவோலை வாசம்..

#பனைவோலை

காற்றில் கரைந்த வெண்மேகமாய்

பயணங்களின் தொடர்பு...

முன்பின் பழக்கமில்லாதவள்
ஆனாலும் என் முன்னே
வந்து போவாள்..

நான் பயணம் செய்யும்
பேருந்தில் தான் அவளும்
வருவாள்..

எனனை பின் தொடர்வது
போல் ஓர் உணர்வு..

ஆனால் எனக்கு இரண்டு நிறுத்தத்திற்கு
முன்பே இறங்கி விடுவாள்..

ஒருமுறை கூட பேசியதில்லை
எங்கள் கண்கள் பேசாமல்
இருந்ததில்லை...

ஒருமுறை அவள் கண்களை
என் கண்கள் அவா போல்...
எங்கும் நோட்டம்..

அவள் வரவில்லை...

பேருந்தும் புறப்பட தயாராக..
புகையை கக்கிக் கொண்டு
இருந்தது..

அவள் வருவாளா...!

நிச்சயமில்லா பயணமிது..
இருந்தும் கண்களின் பரிதவிப்பு
அத்துனை திசையையும்
நோட்டமிட்டது..

இதோ பேருந்தும் புறப்பட்டது..

இரண்டு படிக்கட்டுகளையும்
நோட்டமிட்ட எனக்கோ பேருந்து
பயணம் நாட்டமின்றி போனது..

அடுத்த வினாடி அவள் தாவனி
முனை என்னை தழுவி குவிந்தது..

அவள் கைகளுக்குள்..

அதுவரை நாட்டமில்லா பயணம்..
இப்போது உலகமே என்
காலடி போன்ற உணர்வில்...

பயணங்கள் முடிவதில்லை..

என் இறுதி கவிதை..

என் ஆழ்ந்த விழிப்பின்
இல்லை இல்லை
நன்றாக துயிலின்
நேரத்தில் எழுதிய
கவிதை தானா..

என் இறுதி கவிதை..
யாருக்காக எழுதினேன்
என் காதலுக்காகவா
என் கணவனுக்காகவா..
இல்லை இல்லை
என் தோழிக்காகவா..

என் கவிதையில் சுவாரசியம்
ஈட்டிருந்தேனா...
சும்மா போறபோக்கில்
கிறுக்கிருந்தேனா..

என் இறுதி கவிதை..
ஆற்றில் கரைத்தேனா..
கிழித்து எறிந்தேனா
இல்லை இல்லை
எறித்து தான் விட்டேனா..

என் இறுதி கவிதை..
என் காதலை சுமந்து
நின்றதா..
என் கனவுகளை சுமந்து
நின்றதா..
இல்லை இல்லை
என் மறதியை சுமந்து
நின்றதா..

என் இறுதி கவிதை..
யாரிடம் தொலைத்தேன்
எங்கு தொலைத்தேன்..
இல்லை இல்லை
எப்படி தொலைத்தேன்
தேடிக் கொண்டிருக்கிறேன்..

#என் இறுதி கவிதை..
#என்கவிதைகள்

வேறு என்ன யோசித்திட போகிறேன்
ஒரு முறைக்கு இருமுறையல்ல
பலமுறை தோன்றும் உம்
பிம்பத்தை தவிர..,

உருவம் இருந்தால் பிம்பம் தோன்றலாம்
உருவமின்றி பிம்பம் நீ வகுத்த காதல்..

யாரை சொல்வது யாரை நோவது
யாரைத் தான் குறிப்பிடுவது,
உணர்ச்சி மிகுந்து பேசிய அக்காலங்களையா..?
இல்லை உணர்வேயின்றி நமக்குள்
உறவேயில்லை என்று கூறும் உன்
வாய் மொழிகளையா..!

கனி சிறக்கும் பின் அழுகும் இவ்வியற்கையை ..
நம் காதலிலும் விழுந்த நியாயம்
என்ன..?

என்ன இருக்கிறது, நானும்
இம்மண்ணில் நிலைக்க..
நிலையானவன் என நினைத்த என்
நினைவலைகளை நீக்கிப்போட
என்னால் இயலலில்லை..

இவ்வளவே என் வாழ்வு என
எண்ணிக் கொண்டால் குறுகிய
காலமே..
அவை நிறைந்த வலியை கொடுப்பது
என் நிறைமாத இறுதியை..

என்னால் உன்னை இழக்கவும் இயலவில்லை,
என்னால் உன்னைப்
புதைத்து இறக்கவும் இயலவில்லை..

காலம் கழியும் என்று காத்திருக்க
சொன்னவர்களும் கை விட்டார்கள்..

இனி எத்தனை காலம் ஆனாலும்..
நீ கனிந்திருக்க(மாற) மாட்டாய் என்று..

கனி சுரக்க, கவி நீயின்றி, ஈருடல்
ஒருயிர் இங்கு தொடங்கி எங்கோ
தொலைந்து விட்டது..
மீண்டும் உணர்கிறேன்..

இனி நீயின்றி என் உயிர் நிலைத்து
என்ன பயன்..இறக்கவும் இயலாமல்
இருக்கவும் இயலாமல்...

கண்ணீர் மட்டும் மிச்சமாய்
என்றாவது மாறுமா என் மனத்தேகம்..

மறந்து மறைந்த பாடில்லையே..

#கசந்தநினைவுகள்

இங்கு தொடர்ந்து வருவதற்கு
எதுவுமில்லையே பின்பு ஏன்
தொடர்ந்து வருகிறீர்கள்..

பற்றி எரிவதற்கு
நெருப்பு பந்தமோ இல்லை
நாம் சொந்தபந்தமோ இல்லை...

தொடர்ந்து வராதீர்கள்
தொல்லையாவீர்களல்ல
தொல்லை தந்து விடுவேன்
என்பதற்கு..

இதோ பாருங்கள் என் அருகில்
யாரும் இல்லை தானே...
என் இதயத்தை கிழித்து யாரோ
பிசைவது போல் உள்ளது...

தொடர்ந்து வராதீர்கள் தொல்லை
தந்து விடுவேன்...

நான் நகர்வதால்
நாற்சந்தி என எண்ணி
பின் தொடராதீர்கள் அது
முட்சந்தியாகவும் இருக்கலாம்..

நடுக்கம் கொள்ள வேண்டாம் தவறி
என் பாதங்கடியில் தங்கள் பாதம்
வைத்து விட்டீர்கள் வாருங்கள்
வழியில் கொண்டு விடுகிறேன்...

போதும் பின் தொடராதீர்கள் சில சமயம்
நான் அங்கேயே நிற்க கூடும்..
அதன் விவரத்தை நீங்கள் அறியாமல்
இருக்க கூடும்...

கைகள் பிண்ணிக் கொள்ளும் என்
எண்ணங்களோடு..
நகர்வதற்கு சில சமயம் என் நகங்களே
முந்திச் செல்ல முற்படும்...

பல சமயம் நான் நானாகவே இருக்ககூடும்
அதற்காகவே இத்தனிமையும் கைக்கூடும்
இப்போதெல்லாம் இத்தனிமை மட்டுமல்ல
பல கூட்டத்தின் நடுவிலும் நான் நானாகவே
இருக்கக்கூடும்...
அப்போதெல்லாம் என் எண்ணங்களும்
நானாகவே மாற்றக் கூடும்...

சில உளறல் புரிவதாய்க் கூடும்..
சில உளறல் புரிவை புகுத்தக்கூடாது
என்பதற்காகவே கூடும்..

இதுவும் ஒரு வகை உளறல் தான்..

எவையும் எவர்க்கும் எதற்கும்
புரியாமல் அவையும் அவர்களுக்கும்
இன்னமையை புகுத்தி விடும்..

மறைந்திருக்க வேணாம் வெளிப்படுங்கள்
என் இரகசிய உளறலைக் கற்றுக் கொண்டு
கற்பிப்பதற்கு தான் அறியேன்...

ஆனால் ஒன்று அப்போதிலிருந்து இப்போது
வரை நான் நானாகவே இருக்கிறேன்...
உளறலில் உண்மை வெளிப்படாதா என்ன..
வெளிப்படாமலும் இருக்கலாம்...அவ்வகையில்
இவையிம் ஒரு உளறல் தானே...!

#உளறல்

அவள் என் காதலி தானே..!!

ஒருமுறை நான் என் வீட்டு
முற்றத்தில்
நின்றுக்கொண்டிருந்தேன்..

அப்போது தான் அவளைக்
கண்டேன்...
நிச்சயம் அவள் என் எதிர்வீட்டில்
வசிப்பவள் இல்லை..

அவள் எங்கிருந்து வந்தாள்
வான் தேவதை வந்திறங்கினாள்
என்ற கதை தெரியுமல்லவா..
அவள் முகமும் பிரகாசம்
கொழுந்து விட்டது..
நானும் பிரகாசம் தான் ஆனால்
அவள் முன் தோற்றப்போனேன்..

விளக்கொளியில் சூரியனாய்..
சற்று சுதாரித்துக் கொண்டேன்..
என்னை தான் பின் தொடர்கிறாளா!!
சந்தேகத்தில் சாளரம் வழியே
எட்டிப்பார்த்தேன்.. அவள் அங்கேயே
நின்றுக்கொண்டிருந்தாள்...

அவள் நம் வருகைக்காக தான்
அங்கு நிற்றுக்கொண்டிருக்கிறாளா..!!
சந்தேகம் தலைக்கு மேல் உருகி
நின்றது..

சற்று நிதானித்து
வீதியில் நடக்க ஆரம்பித்தேன்..
அப்போதும் என்னுடனே உடன்வந்தாள்..

சிறிது தூரம் நகர்ந்து பின் அசைந்தும்
உறுதி செய்து கொண்டேன்..

என்னை பின்தொடர்வதே அவள்
தலைக்கு மேல் உள்ள
வேலையாகொண்டுள்ளாள் என..

இப்போதும் என் காதலியை நீங்கள்
காண வேண்டும் என்ற அவா உள்ளதா!!!

உங்கள் தலைக்கு மேல் அண்ணாந்து
பாருங்கள் பௌணர்மி அன்று..!!

#நிலா
#என் காதல

காற்றில் கறைந்த வெண்மேகமாய்

அலராம் அடித்து ஆடிப்பாடிக்கொண்டு
அசைந்து செல்லும் அரசுப்பேருந்து
அவ்வளவாய் பிடிக்காமல் போனது..!!

ஜில்லென்ற ஜன்னல் காற்று என்
மேனி முகம் தழுவி செல்லும்
வேளையில்...

பேருந்தில் அருகில் அமர்ந்து
அனைத்துலகம் மறந்து
அறுச்சுவையாய் உன் மடி
சாய்தல் பிடிக்காது போனது..

வெறுமை இருக்கையில்
வெள்ளையடிக்கப்பட்ட
வீண் அலகாரமாய்...

படம் பார்த்து கதைக்க
கலர் கலராய் கதை விட
கவனம் இழந்து போனது..

கதாநாயகன் இழந்த கதையில்
கரு இழந்த கவிதை ஆன
இல்வாழ்கை என்னும்
இவ்வாழ்க்கை..

இசை இரசித்து நடனத்தில்
ருசிப்பது நகராமாய் ஆனது
நங்கூரமிட்ட உன் நினைவுகளால்!!

இதம் வருடும் தென்றல்
இரசிக்க தனிமை பிடித்தது
அத்தனிமையும் உன் நினைவை
மட்டும் சுமந்து சுமையாக்கி
விட்டது..

ஒருநாள் பேருந்து பயணம்
இத்தனை சுமைகளை
சுமந்து காண்பவையெல்லாம்
கற்பனையாய் அனைத்து
செல்கிறது...

#அவள் பயணம்

ரீங்காரமிடுகிறாய்...

எங்களை போல் நீயும்
கூடு கட்டி கொள்ள
ஆசை படுவாய் தானே..

ஒருமுறை உன் கூட்டை
என் வீட்டில் பார்த்ததுண்டு..
அப்போது தான் எங்களைப்
போல் சிமெண்ட் குழைத்து
சாந்து தயாரிப்பது போல்
மண் குழைத்து கட்டிக்
கொண்டிருந்தாய்..

கட்டடம் கட்டியதும் சிமென்ட் பால்
பூசுவது போல் உம்
உமிழ்நீரை உன் அறைமுழுவதும் பூசி
அலங்கரித்துக் கொண்டிருந்தாய்..

நான் உன் அலங்கார வீட்டை
இரசித்துக் கொண்டிருந்தாலும்
என் அருகிலிருக்கும் என்
மகனை ரீங்காரமிட்டே
சுற்றிக்கொண்டிருந்தாய்..

எம் பாலகனிடம் உன்னை
பார்த்ததும் படபடப்பு தான்..
படக்கென்று துடைப்பம்
கொண்டு உன்னை துளைத்துவிடுமா
என்று பார்வை வீசினேன்..

நான் விரட்டுவதை அவன்
விரும்பவில்லை மாறாக
அவனிடம் ஏதோ விளையாட்டு
காட்டிக்கொண்டிருப்பது போல்
தோன்றியது அவன் பிஞ்சு
கரங்களால் உன்னை
கொஞ்சிப்பிடிக்க நீயோ
மிஞ்சி மிஞ்சி விளையாட்டு
காட்டிக் கொண்டிருந்தாய் ..

பார்ப்பதற்கும் அழகாய் தான்
இருந்தது ..

அப்போது வந்த என்
அம்மாவிடம் காட்டி இக்குளவியின்
வீட்டை இடித்து விடுவோமா??
என்றதும்..

வேண்டாம் வேண்டாம் குளவி
கூடு கட்டுகிறதென்றால்
நம்ம குடும்ப வாரிசு யாரோ..
நம் அடுத்த வாரிசை
வயிற்றில் சுமக்கிறார்கள் என்று
சொல்லிச்சென்றார்...

அப்படியே பல கேள்விகள் என்னுள்..
நான்கறிவு ஜீவியின் விஞ்ஞானத்தை
சிந்திக்கலாயினேன்..

சில கனவும் கற்பனையும்
கலந்த கலவை..

#குளவி கூடு

காற்று..!!!

நீ தலையாட்டி மரங்களோடு
கதை பேசும் அழகில் என்
காதணிகளும் கானம்
பாடுகிறது..

என் இரண்டு கைகளையும்
தட்டும் போது நீ என்னுள்
இடைப்படவில்லை யென்றால்
அங்கு ஓசையும் ஒலிப்பதாயில்லை..

வீணை வயலின் என
விலையுயர்ந்தவை
என்றாலும் நீயின்றி
இசை உருவானதில்லை..

வண்ணவண்ணப் பூக்கள்
நிறைந்த சோலைக்குள்
நுழைந்தால் மணம் (மனம்)
வருடிச்செல்லும் நறுமணம்
வீசுகிறாய்..!!

அதற்கு அப்படியே நாற்சந்தி
சந்திக்கும் நகரங்களுக்கிடையில்
சென்றால் நாற்றம் எடுக்க
செய்கிறாய்..

உன் சுவடுகளை என்னால்
கண்டுபிடிக்க இயலவில்லை
என் மழலை பருவத்தில் உன்னை என்
பாலூரனில் அடைத்து எட்டி
உதைத்து மகிழ்ந்த ஞாபகம்
இருக்கிறது..

எட்ட உயரத்தில் பட்டம் கட்டி
பறக்க விட்டதும் படியளக்கிறது..

சில நேரம் அப்படியே
மெல்லிய தென்றலாய் என்
கார்கூந்தல் வருடிச் செல்கிறாய்..
சிலநேரம் கடும் புயலாய்
எம் மரங்களை வேரோடு
பிடுங்கி எறிந்து செல்கிறாய்..

நீ எம் மரங்களோடு
மெல்லமாய் கதைக்கும்
போது நிம்மதியாய் உறக்கம்
கொள்ளச் செய்கிறாய்..
காய்ந்த சருகுகளோடு
சங்கமிக்கும் போதோ
சலசலப்பு உண்டாக்கி
பாம்போ அது என படபடக்க
வைக்கிறாய்....

தென்றலாய் வந்து என்
மேனி மீது அமர்ந்த
வேர்வைத்துளிகளை
உறிஞ்சி விடுகிறாயா..!!??
விரட்டி விடுகிறாயா..!!??

அவ்வப்போது அசையாமல்
அப்படியே இருந்து விடுகிறாய்
உன்னை செயற்கையாய் பிடித்து
வர மின்சாரம் இணைத்தோம்..

சுழல்கிறது சுழல்கிறது
கோடையில் வெப்ப காற்றாய்
குளிர் காலத்தில் குளிர் காற்றாய்..
மாறி மாறி மனம் ஏற்கிறாய்..

செயற்கையை நேசித்ததால்
இயற்கையை மறந்தோமோ..??

உன்னை கையில் பிடிப்பது
எம்மாத்திரம் எண்ணியிருந்த
என் எண்ணத்திற்கு இன்று
புட்டி புட்டிகளில் அடைத்து
சுவாசிக்கிறோமே..!!

#காற்றுவீசும்திசை
#காற்று
#இயற்கையை_நேசி

என் மூன்றாவது ஆண்குழந்தை..

பெண் குழந்தை பிறந்தால்
அது ஆண்டவனின் குழந்தை
என்றீர்கள்..ஏன் சிலசமயம்
அந்த ஆண்டவனே வரமாய்
பிறந்துள்ளாள் என்றீர்கள்..

இரண்டு பெண்குழந்தையை
பெற்றெடுத்துள்ளேன்
மீனாட்சி மஹாலஷ்சுமி போன்ற
குணமாய்
பட்டு,பார்பியை போன்ற
அழகுள்ளவள்..

பார்த்தவர்கள் எல்லாம்
வசீகரிக்கும் வண்ணம்
கொண்ட என் மழலையை
கொஞ்சி முத்தமிட்டு
செல்கிறார்கள்..

அதிர்ஷ்ட தேவதை அவள்
என்பதை அடிக்கடி
அவளை பார்த்து செல்கிறார்கள்..

ஆனால் வாரிசு என்றாலே
ஆண்பிள்ளை என்கிறீர்களே..!!

வாரிசென்றால் என்னவென்று
எனக்கு உரையுங்களே..
ஊரார் நியாயம் பேசும்
உத்தமர்களே...

நாங்கள் தடுமாறும் நேரத்தில்
தகுந்த உணவு எங்கள்
பாதுகாப்பு கொடுப்பதா..!??
இல்லை பிள்ளை வரம்
என் பிள்ளைகளுக்கு
உண்டாக்க இயலாது என
என்னை தண்டிக்க
எண்ணினீர்களா..??

இரண்டு குழந்தையும் என்
சுக பிரசவத்தில் பெற்றெடுத்தேன்..
அவர்களை பேணிகாத்தே
என் பேறுகாலமும் முடிந்தது..

ஆம் என் உடலில் வலிமை
இல்லை உடல் மெலிந்து இளைத்து
விட்டேன்...இப்போதெல்லாம்
கை கால்களை தளர்த்த
கை நீட்டினாலே தடுக்கி
விழுந்துடுவேனோ என
அச்சமும் உண்டாயிற்று...

கள்ளிப்பால் கொடுத்த
கொல்ல வேண்டிய என்
உயிர் கோபுரமாய் வளர்ந்து
நிற்கிறது என்கிறார்கள்..

பெண் பிள்ளையை
பெற்றெடுத்ததால் என்னை
சாபக்கேடு என உரைக்கிறார்கள்...

~பெண்ணாய் பிறந்த எனக்கு
பெண் உயிரணுவை மட்டுமே
உண்டாக்கும் சக்தி உண்டு ~~

ஆண் மகன் வேண்டும்
என்றால் நான் என்ன செய்ய
இயலும் நான் ஆண் யில்லையே...???

ஆண் மகனை பெற்றெடுக்கும்
தகுதி அந்த ஆண்மகனுக்கில்லை
அதற்கும் நான்தான் பலியா..

தேக முழுக்க இளஞ்சூடு
தூக்கியெறிய நினைத்தாலும்
துணிவில்லை இப்பேதையானவளுக்கு..

ஒவ்வொரு முறையும் உயிர்
போய் உயிர் வருகிறது..

அந்த இறைவனையே மெல்லமாய்
விளித்தழைக்கிறேன் மூன்றாவது
என் ஆண்பிள்ளையாக....,

பேதையர்களே இனியாவது
ஆண்பிள்ளை இல்லையென்றால் அதற்கு
காரணம் நாங்கள் இல்லை
என்றாவது நினைத்திடுங்கள்..!!

#வாரிசு
#பெண் குழந்தைகள்

சுருண்ட என் சூல்முடி..

பத்து திங்கள் கண்மணியாய்
பார்த்து பார்த்து வளர்த்த
அவள் கருப்பை உதிரத்தில்
உதிர்த்து வந்தவள் நான்..

அவள் கருவிலிருக்கும் போதே
பல இலட்ச முட்டைகள்
என் கருப்பையில்
காத்துகிடந்தது என
அறிந்தவர் உளரோ..

மழலை வயதில் சிறுவர்கள்
என பார்ப்பதற்கு
ஒன்று போல் இருந்தோம்
என்பதால் என் கருப்பையில்
கருமுட்டை உருவானதை
அறியவில்லையோ தாங்கள்..

பருவமடைந்த நாளின் முதல்

மாதம் பத்தாயிரம் முட்டைகள்
வெளியேற்றியதை என்
சினைப்பையயும்
சிந்திக்கவில்லை..!!

கருவில் உருவாகும் போதே
கருப்பையை சுமந்தவள்
நல் உறக்கம் ஊட்டச்சத்து
உணவுண்டே வளர்ந்தவள்..

இன்றோ வீதிவீதியாய்
வீசப்படும் மழலையற்றவள்
எனும் வார்த்தைகளால்
வளர்கிறேன்

யார் கண்டாலும் சேதியில்லையா
என்கிறார்கள்..
எத்தனை மருந்தகம்
எத்தனை மருத்துவம்
அத்தனையும் செய்து
விட்டேனே...

சுருண்ட என் சூல்முடியாய்
பூட்டிய வீட்டுக்குள் பூட்டுஒன்றை
பூட்டிக் கொண்டேனே என்
மனதுக்கும்..

திருமணம் நிகழ்வில் என்னை
பின் நிறுத்தி விவகாரத்தின்
போது மட்டும் என்னை சுட்டிக்
காட்டுகிறீர்களே..!!

நான் மண முடித்த நாளே
என் மழலைக்காக
எண்ணத்தொடங்கி விட்டீர்களே...
ஒருவேளை நான் குறிஞ்சி
மலர் என்பதையும் மறந்தீர்களோ...

மழலை இல்லாதவள் என
எண்ணுபவர்களே எங்கள்
மனம் மழலையானது
என்பதையும்
மறந்தீர்களோ..

இப்பொழுது தான் கடந்து
சென்றான்..
இத்தனை காலம் காணாமல்
காலம் கடத்தியவன்..
ஊரார் பாராமல் என்
விழியசைவை உயர்த்தி
இத்தனை நாட்கள் எங்கு
சென்றாய்..
என கோபக்கணலை
அடக்கி ஒரு தவிப்பில்
விசாரிக்க..

முன்பொரு நாளில்
நடந்த நிகழ்வை
எண்ணி வருந்தி
அதனால் காலம்
கடத்தினானாம்
ஒரு வாரத்திற்கு முன்பு
என் வீட்டின் முன்பு
ஊரார் முன்னிலையில்
இருந்த அரைகுட தண்ணீரில்
விழுந்ததை அங்கிருந்த
தவிட்டு குருவி சத்தமிட

எழுந்து வர இயலாமல்
நீயோ தத்தளிக்க..
எதையேச்சையாய் நான்
பார்க்க..

உன்னை எவ்வாறு தூக்கி
எடுக்க..மர்மம் புரியாமல்
மரத்து பட்டையை எடுத்து
படகொன்று நான்
அமைக்க வெடுக்கென
என் விரலிடுக்கில் சிக்காமல்
விரைந்து ஓட்டம் பிடித்த
அவ்வடுக்கள் தான் இன்றும்
உன் மீதுள்ள காதலை
படம் பிடித்து காட்டி
நிற்கிறது..

#
அணில் மாமா.
#கீறலின் தழும்புகள்

பேனா பிடித்து எழுதுகிறேன்..
வலிக்காத காயங்களை
குத்தாத முட்களை
மலராத இதழ்களை
பறக்காத சிறகுகளை
உதிராத இறகுகளை
மை தீட்டாத கண்களை
பசியில்லா வயிறுகளை
செரிக்காத உணவுகளை
நடக்காத கால்களை
நகராத நாட்களை
மடக்காத காகிதங்களை
கரையாத கப்பல்களை
வண்ணமில்லா வண்ணத்துப்பூச்சிகளை
கால்கள் இல்லா மான்களை
உதிரம் இல்லா உயிர்களை
சிரிக்காத மிருகங்களை
சிந்திக்காத சிற்பங்களை
நழுவாத கூந்தல்களை
பிரிக்காத பின்னல்களை
நகமில்லா விரல்களை
ரேகையில்லா உள்ளங்கைகளை

சிந்திக்கிறேன் சிந்திக்க
முற்படுகிறேன்..
தோன்றுவதெல்லாம்
அவளாகிய அவள் முகமே..
பிம்பத்தின் பிரதிலியாய்..!!

#இயற்றயிலா இயற்றல்.

"ஆடிப்பட்டம் தேடி விதை"
என்பற்கிணங்க..
ஆடித்திங்கள் காத்திருந்து
கடைசியில் பொய்த்திட்டு
ஆடியும் கைவிரிக்க..

அடுத்தடுத்த ஆவனியும்
புரட்டாசியும் பொழு
பொழுனு தூறல்விழ..

இதுவரை துளிர்காத என்
மனசோ ஒரே நாளில்
ஓங்கி நின்றது...

தரிசு மலையாய் கிடந்த
மணல்மேட்டை..தகடாய்
தரைமட்டாய் நான் மாற்ற..
அடுத்த மாதம் ஐப்பசி
அடைமழை அடிச்சு ஊத்துமுனு

அலையலையாய் நா அலைஞ்சு
ஏர்பூட்ட ஏர் இல்லாமல் போனதாலா
ஏர்உழவும் டிராக்டர் பார்த்து
எங்களுக்கு 2வயலு உழுகனும்
கூப்பிட்டு வந்தா...

வந்தவரு குணம் பார்க்காம
பணத்தை மட்டும் பார்த்துப்புட்டு
ஆழ உழுமால் அகல உழுதிட்டு
போனவருக்கு இன்னும்
பணம் பட்டுவாடா பண்ணலையா..?

புழுதி படர்ந்த வயலை பதம்
பலமுறை பார்த்து
2ஓட்டு 3வோட்டுனு பலமுறை
ஏர்பூட்டி போனவருக்கு இன்னும்
இழுத்து வைச்சுருக்கேன்..
அறுவடை முடிஞ்ச அடுத்த தேதி
அவருக்கும் கொடுத்துரனும்...

வாங்கி வந்த நெல் மூட்டையை
பிரிச்சி இன்னும் நாலுநாளுல
விதைக்கனுமேனு விதப்பு நெல்லை
விரசா அள்ளி...

விதை முளைக்கும் பக்குவத்தை
பதம்பார்க்க...முன்னாள் ஊற
வைச்ச நெல்லு விளைஞ்சு
தான் நிக்குதையா..

நல்லநாள் பார்த்து மாரி(மழை)யம்மாளா
வேண்டிக்கிட்டு விதை விதைச்சேனைய்யா..

பத்துநாள் போகலை பச்சைபசேல்
என பயிரும் தளைஞ்சு நிக்குதையா..

"கார்த்திகை மாசம் புல்லும் கருவுறுத்துரும்"
அம்மா சொன்ன ஞாபகத்தில..

களையெடுக்க கணக்கா ஆள்கூப்பிட்டு
கலகலனு களையும் எடுத்தேனய்யா..

உறுதியா வேர்பிடிக்க இயற்கை உரம்
செயற்கை உரமுனு விற்ற விலைக்கு
வாங்கி...விரப்பா நானும்
அள்ளிப்போட்டேனய்யா..

பூச்சிக்கொல்லி மருந்து பல
அடிச்சும் மஞ்சபூத்து
நிக்குதையா..

ஆறுமாசம் முடிச்சு அறுவடைக்கு
தயாரான நேரம்..
அக்கா எனக்கு 2நோட்டு புத்தகப்பை
வாங்கி தந்துருக்கா சொன்னவனுக்கு
அப்பாவுக்கு சொக்கவும் அம்மாவுக்கு
ரெண்டு சேலையும் எடுக்கனும்டானு..
இந்த வருஷமாது வயிறார சாப்பிட
மறக்காம மளிகை சாமான் வாங்கிட்டு
வர சொன்னவளுக்கு ஆகட்டும் தாயி
அறுவடை முடியட்டும் அம்புட்டு
பண்ணிடலாம்..

சொல்லி வந்தவளுக்கு இப்போ
சோற்றுக்கு என்ன பண்றது
சோர்வாகி போனேனே..

வேளாண் சட்டத்துக்கு வேண்டிகிட்டு
நின்னதோ என்னவோ..யாரும்
இரங்காமல் இருக்கு இந்த மாரி(மழை)
தான் இறங்கி வந்தாலோ...

வயல் எல்லாம் தண்ணீர் நிரம்பி நிக்க..
வடித்து பார்த்து வடிந்த பாடில்லையே..
நிரம்பிய தண்ணீரால் நிறைகிறது கண்ணீரு..

"உழுதவன் கணக்கு பார்த்தா
உழவுக்கூட மிஞ்சாது" அம்மா
சொன்னது அவ்வப்போது
அசைப்போட்டு கொள்கிறேன்..

#2021 ல் விவசாயம்

அதே பரபரப்பு
அதே உற்சாகம்
அதே அன்பு
அதே பற்று
அதே ஈர்ப்பு
அதே காதல்
ஆனால்
வயது மட்டும்..??

அதோ அந்த மரம் தான்..!
தூளி கட்டி துள்ளி..
விளையாடிய இடம்..!!

குருவிக்கு கூடுகட்டி
குதூகலப்பட்ட இடம்..!!

அசதியாய் வந்த நேரம்
அசந்து உறங்கிய இடமும்..!

நாம் கண்டு களித்து
உண்டு மகிழ்ந்த இடம்..!!

அதோ அந்த மரம்
அவன் சாய்ந்து நின்ற
ஒருபகுதி இதோ..

என் கையிலிருக்கும்
இவ்வளைந்த தடி..

இவை சொல்லும்
அதோ அந்த மரத்தின்
கதையையும் அவன்
நினைவையும்...

பேசுகிறேன்
யோசித்தே பேசுகிறேன்..
யோசித்துக் கொண்டே
பேசுகிறேன்..
உளறல் மொழியிலும்
சொல் வடிவம்
எழுத்து வடிவம்
என சுட்டும் போதெல்லாம்..

அழித்து விடுகிறேன்..
பேசுவதையே
நினைப்பதையே
நீட்சிகளையே..
சிந்தனைகளையே
சிதைத்து விடுகிறேன்..

முழுமையாக
மொத்தமாக
நீக்கி விடுகிறேன்
நீங்கி விடுகிறேன்..

சில சமயம் அல்ல
பல சமயம்
ஊமையாகி விடுகிறேன்..

மொழியிலக்கணம்
எழுத்திலக்கணம்
சொல்லிலக்கணம்
பொருளிலக்கணம்
என
அனைத்தையும்
அறிவேன்..

இருந்தும் அமைதியாகவே
அமிழ்ந்து விடுகிறேன்..

என் உணர்வுகளுக்கு
சுதந்திரம்
என் உள்ளங்களுக்கு
சுதந்திரம்...??

என் ஆசைக்கு
என் பேராசைக்கு
என் நிராசைக்கு..

ஏக்கம் கேள்வி
அன்பு தவிப்பு
இரகசியம் பற்று
கவலை கண்ணீர்
சோதனை வேதனை
உச்சம் சொச்சம்
என நீண்டுக்
கொண்டே போகிறது..

விளக்கம் தெரிகிறது
விளங்க வைக்க தெரியவில்லை..

எண்ணிலடங்கா
கேள்விகள்
பதில்கள் இன்னும்
ஏராளம் நீண்டுக்
கொண்டே...

நிறுத்த தோன்றவில்லை
நிறுத்தி கொள்கிறேன்..
இன்னும் ஏராளம்
உள்ளதை..உள்ளத்தை..

#ஆளப்போகிறேனா
இல்லை ஆட்கொள்ளப் போகிறேனா..இல்லை
அவிழ்க்கப்படுகிறேனா

கடலோட போன மச்சான்..

பரந்து விரிந்த பாரிலே
பல மைல் நீல போர்வைக்குள்ளே..
உறங்கி கிடக்கும் உயிர்களை
உயிர் ஏற்றியே.. வலம்புரி சோவி
என பல பொறுக்கியே..

மஞ்ச கயிறும் ஒன்னு
மடியிலே நா கட்டி வைச்சு..
சேதி வந்த தேதியை எண்ணி
நாளும் அள்ளி முடிஞ்சு வச்சேன்...
ஆழ அமிழ நிறைக்கும்
அவன் அன்பைப் போல
ஆழியில் குவியும்
ப்ளாஸ்டிக் பாலீதீனும்மே...

நிலத்தில் வீடு கட்டி வாழும் நில மானிடரே..
எங்கள் மனதையும் நீங்கள் அறிந்து செல்வீர்களா..
இக்கடலும் எங்களுக்கு சொந்தம் என எண்ணீனீரோ..

ஆர்செனிக்கும் , போராணும், காட்மியம் என
உலோகத்தைக் கனக்கில்லாமல் கொட்டியும்..
அசுத்தமும் அமோனியாவும் நீரில்
கொட்டிச் செல்ல செல்ல...
மாதக் கணக்கா மாசடைந்து போனதென்ன

வெண்டிரை தெண்டிரையாய்
இந்த பெண்டீரரை மறந்து தான் சென்றவரே..
பவளப்பாறையும் பனிப்பாறையும் முட்டி
தட்டிராம நீ செல்ல வேண்டாத தெய்வமில்லை..

மனசார மனதொலைச்ச
மச்சான் உன் வருகைக்காக
மாதவையும் வேண்டி நின்னேனே...
ஷீலாவும் சுறாவும் என நீ
கொண்டு வர...
நெத்திலியும் மத்திலியும்
என வகை வகையா
சமைச்சு வைச்சேன்..
நீ மிச்சவைச்சு நா உண்ண
நெஞ்சம் தவிக்குதையா..

குரவை சென்று குரவைமீன்
பிடிக்க போனவரே..
அரவை சென்று முரலை
பிடிக்க போனவரே..
காத்துல நீ ஆட
ஆத்துல நா ஆடிப்போறேனே..

கடலுக்கு சென்ற மச்சான் இந்த
கள்ளியை மறந்து
கடலுக்குள் மூழ்கி போனதென்னயா...

#கடலோடு போன மச்சான்

அறிவியல் வினோதங்கள்..

ஒரு கண் மூட
மறு கண் திறக்கிறது...
வசம் இரண்டு வானத்து
பறவையாய் மனிதனும்..

ஆர்வமாய் அர்த்தங்கள் பல கூடிட..
அந்தோ அங்கோர் விஞ்ஞானி..!!

நிலவில் சென்று நீர்
அருந்த அடுத்த கட்டமும்
ஆயத்தம் தான்..
அதிசயமாய் போன
நிலத்தடி நீர்...!!??

உலகைச் சுற்றிய
கொலம்பஸ்ஸாய்..
திரும்பும் திசையெங்கும்
டிஜிட்டல் மயமே...

முத்ததசை முப்பதும்
முந்திக்கொள்வதற்குள்
மூன்றாம் உலகமாய்
தொடுதிரையில்
இணையதளமும்..

சீக்கிரம் சேதி சொல்ல
செல்லிடப்பேசியும்..
பந்தமாய் பார்த்துக்
கொள்ள படத்தொலைக்காட்சியும்...

குரோமோசோமின்
குன்றல் பகுப்பாய்
பிரிவதற்குள் அப்பாட்டமாய்
ஆனது ஆன்லைன்
வகுப்புகள்..

நைட்ரஜனை
நிலைப்படுத்தும்
ரைசோபியமமாய்...
தாய்ப்பாலை பதப்படுத்தும்
தனித்துவமும் வந்தது..

ஆண்பெண் வேறுபாடு
உருவத்தில் மட்டுமல்லவே..
உமிழ்நீரிலும் உண்டு..
கண்டறிந்ததும் வினோதமே..

வெற்றிலைக்கொடி
வீதிக்கு வரும் முன்னே..
தீவிர வினோதங்கள்
கண்டறிந்து தான் வருகின்றனர்..
விஞ்ஞானிகள் பலர்..

சீரழிந்த சிறுநீரகமும்
புதைந்த உயிரும்
சீர்பட வைக்கும்
ஸ்டெம்செல்லாய்!!

செயற்கை உரு தயாரிக்கும்
தங்க தாயகம் தான்...
இருந்தும் கால்வயிறு நிரம்ப
கழனி இறங்கிய விவசாயிகளை
அறிவிலிகள் என்று எண்ணாது
அவர்களை போற்றுவோம்..

அரிசி கணினியில்
பதிவிறக்கம் செய்ய இயலாதே..

பகலில் பற்பசை தொடங்கி
இரவின் ஆல் அவுட் வரை..

அறிவியலினின் வினோதங்கள்..
உயர்ந்து கொண்டு
தான் வருகிறது...

இதுவரை விடிந்தது போதும்..
இனியும் விடியலாய்
நாமே பயணிப்போம்..

நாளை சூரியன் உதிப்பது உறுதி..
செவ்வானத்தில் அல்ல
செம்மையான நம் எண்ணத்தில்..

கண்டுபிடிப்புகள் அனைத்தும்
ஆக்கத்திற்கே..அழிவதற்கு அன்று..

நன்றி !!

#அறிவியல் விநோதங்கள்

நகரா நொடிகள்..

குடிநீர் வற்றியிருக்க
இங்கோ சாக்கடை நீர்
பெருக்கெடுத்து ஓடுகிறது...

கழிவுகலகற்றும்
கார்ப்பரேஷனும்
கண்டுக்கொள்ளாமல்
போவதேனோ...??

மழை நீர் சேகரிப்பு
தொட்டி..
மங்கி மணலரிக்கும்
தொட்டியாய் மாறியது
ஏனோ..!!

தொல்லியல் ஆராய்ச்சியும்
தூர்வாறப்பட்டு
தொலைத்தூரக்
காட்சியாகவே...

பாலியலும் படுகொலையும்
பரபரப்பாய் பேசப்பட்டாலும்..
தீர்ப்பும் தீர்வும்...??

எதிர்த்து கேட்பதற்கு
கேள்விகள் இருந்தால்
போதுமா...இல்லை
தகுதி தராதரம்
ஏதேனும் வேண்டுமா...!!???

மனிதன் ஆறுஅடி
உயரம் குறைந்தது போல்..
அவன் மனமும்
குன்றிப் போனதென்ன..
மனிதநேயம்..?
விருந்தோம்பல்...?
இன்னும்
இருக்கிறதா...
இல்லை
இருக்குமா..??
எட்டாக்கைகளாய்
நீட்டப்படாமலே
குறுகியது ஏனோ..

இருப்பதை அள்ளிக்கொடு
இல்லாதவனுக்கு..!!
தகுதியுள்ளவனுக்கு

தானம் எதற்கு..??

வெகுண்ட வேள்வியால்
கண்ணீர் ததும்ப
கணக்கிறது
இக்கண்ணின்
கருமணியும்..

காரணம் கவனக்குறைவா
இக்காவல் குறைவா..
ஊமையன் சத்தமிட்டு
செவிடன் கேட்பது போல்
செயலற்று நிற்கிறேன்..
என்ற ஏக்கம் எதற்கு

சீரி எழுந்து சிரம்
தோய்த்து சிகரம்
தொடுவது எப்போது..???
கடலும் கண்மாயாய் மாறி
காணாமல் போகக் கூடுமோ..

கண்களை கண்ணீராக்காதே
கண்ணீரை
குளமாக்காதே
குளத்தை
வெறுமையாக்காதே..
வெறுமையை
வறுமையாக்காதே..!!

மனித நேயம் கற்க
மக்களை விடுத்து
மாக்களை சுட்டிக்
காட்டுவது ஏன்..

ஐந்தறிவு ஜீவியாய்
நம்மையே அண்டும்
அடைக்கலத்தின்
அழகிய தோற்றம் நம்
வீட்டுச் செல்லப்பிராணிகள்...

நகரா நொடிகள்
நகரமறுப்பதேன்..??

திரண்டுவரும் கேள்விக்குள்
திரவியமான
விடையாய்

இமைகள் நகர்ந்து செல்ல எந்தன்
இதயமோ.....!!!!!
செயலிழந்து செயலற்றுப்
போனதென்ன..!!

.கூச்சத்தின் போர்வையில்..

சத்தமின்றி தனிமையாய்
போர்வைக்குள்
பொக்கிஷங்களாய்
இரு கரங்களின்
உரசலோடு உந்தன்
செவ்விதழின் தாலாட்டாய்...

பூந்தோட்டமாய் ஆரம்பித்து..
இன்று நந்தவனமாய்
நித்தமும் பூத்துக் கொண்டே..

பன்னீர்ப் பூ போல
மணம் கமழ
நாம் காந்தர்வ மணம் புரிந்த கணம்..

முறைமாமன் முகம் மலர்ந்த நேரம்...
ஏதும் பேசாது எவைவயோ
சொல்ல வந்தது மறந்தும் மறைத்தும்
மனதில் புன்முறுவலோடு....

மலரின் பொழிந்த பனித்துளியாய்
தேனைச்சுற்றும் தேனீயாய்..

இம்மங்கையின் கன்னத்தில்
மாமன் இட்டுச் செல்ல வந்த
முத்த துளிதான் இப்பருக்களோ..!!

உள்ளங்கை தீண்டி...
உள்ளம் முழுவதும்
பன்னீர் குளியலாய்
பக்கம் வந்த மாமன்
வெட்கப் படுத்திய தினம்...

செல்லமாய் அவன் காதில் கதைக்க
சற்று நழுவி எந்தன் கன்னத்தில்...

நான் எதிர்பாராமல்
அவன் எதிர்பார்த்து
நான் பெற்ற முதல்
முத்தம்...

முறையிட்ட முதல் தேதி
முறையோடு மல்லி அள்ளி
மங்கையவள் மகரந்த இதழ் பறிக்க
மணம் வீசி மனம் பறித்த எந்தன்
முதல் நாணம்...

உள்ளம் பொங்க
உவகை விரிய
உள்ளத்தில் இன்பம்
உருவாக உருவெடுத்த
முதல் கரு...

ஒவ்வொன்றாய் அசைப்
போட்டு கொண்டாள்...
90வயதை தாண்டிய மங்கையவள்...
இன்றும் மாசற்றவளாய்...

கூச்சத்தின் போர்வைக்குள்
தனக்காய் கட்டிய
காதலனின் காதல் குடிசையில்...

காதலன் கையை இறுக்கப் பிடித்த
புகைப்படத்தை பார்த்தவாரே....

நட்புக்கொரு கோயில்..

நட்பு மூன்று எழுத்து மந்திரம்
மின்னி தோன்றும் பல நட்சத்திரம்..
தொலைவில் இருந்தாலும்
தொல்லை தந்தாலும்
மனதுக்கு இனிமையே...

ஆறு முதல் அறுபது வயது வரையிலும்
தவழும் வயதிலும் தள்ளாடும் நிலையிலும்
என்றும் உடன் பிறப்பாய்
உயிர் நண்பன் உடனிருப்பான்...

பள்ளி படிவத்தில் கூட
சாதிமதம் நீங்கப்படவில்லை
ஆனால் நம் நட்பிலோ
சாதி மதம் என்பதே பார்க்கப்படுவதில்லை..

காதலில்லாமல் இருக்கலாம்
கற்பனைக் கூட யில்லாமல் இருக்கலாம்
ஆனால் கடைசி வரை
நட்பின்றி...???

ஒரே தட்டில் ஓராயிரம் கைகள்..
உள்ளம் உணர்வாலே..
அன்பை உணர முடியும்..
முகம் பாராது அகம் பார்க்கும்..

வெளித்தோற்றமும் மறந்து போகும்
உள்மனம் அறிந்தப்பின்
வெளித்தோற்றம் ஏது..??!!!

ஒரு பாதி நாமாக
மறுபாதி நட்பாக
சினேகத்தால் சிறைப்பட்டோம்..

நட்பு என்றாலே...
புவி வியக்கும் கவி மயங்கும்
வானத்து வண்ண விளக்குகள்
மின்னித் தோன்றும்..
படைப்பின் பிரம்மனும்
வியப்பில் கண்ணயர்வான்

அன்பு ஒன்றே ஆதிபத்தியம் என
அகிலம் முழுவதும்
முழங்கட்டும்.

மணலில் கட்டினால் அழிந்து விடுமோ
என்றெண்ணி மனதில் கட்டி விட்டோம்
நட்புக்கொரு கோயிலாய்..

பிணங்களில் ஒரு புதையல்...

மேனி சிதைந்து
தேகம் அழிந்து...
காற்றில் கரைந்து
இதயம் துடி துடித்து...

இருவிழிகளும் பிதுங்கி
உச்சி தொட்டு மிச்சம்
உள்ள பாகம் வரை...

கருவிழி காணாத
உன் கருப்பை நாளை..
கீறிட்டு நிலத்தில் கருவிழியின்
ஆழ்க்குழியில் அகப்படும்
அங்கலாயித்ததில்லை..

பருவப் பெண் பருக்களாய்
அழகாய் அடுக்கி ஆழமாய்
பதிந்து முட்டி முண்டியிட்டு
சிறு குருவாய் அசத்தலாய்
விண் முட்டி நிற்கிறாள்..

காற்றும் உன் நிலைக் கண்டு
இதமாய் மிதமாய் இசை அமைக்க...

இசைந்து மிசைந்து நாணி
கோணி குனிந்து உருகி
உருகுலைந்து காற்றில்
அவள் ஆடும் நடனம்
கவலையை மறக்க
செய்யுமடா...
மனதை மறக்க தெரியாத
மானிடனே...

தனியாய் இருக்கும் வேலை
கூறிட்டு தாவிட்டு காண்..
கண் கூசும் அவள் பச்சை
வண்ண மேலிடை மேனியை...

ஒற்றைக்கால் உயிரோவியமாய்
பனியில் நனைந்தும்
பூக்கள் உறவிலும்
பட்டாம்பூச்சியின் நட்பிலும்..

பருவம் மாறிய காரணமோ..
எத்துணை இரகசியம்
காற்றில் கண்டாயோ..
உம் தேகம் சிலிர்க்க பசுமை
மேனி பொன்னிறமாய் மாறி..
உடல் இளைத்து அமைதி இழந்து ..
உன் கீரிட சலங்கையால்
கூந்தலிடை சரமதுவும்
கூச்சலிட்டு கேட்குதடா
பூத்திருக்கும் உன்னவளின்

புலம்பலை நீ காணலையோ
காத்திருக்கும் காரணத்தை
கனவிலும் நீ காணவில்லையோ..
தனிமை மறந்து இனிமை தொடர்ந்து
உன் சுவாசமும் சுவையாய் மாற..
புரியாத புதிராய் புதைந்திருக்கும்
புதையயலை உன் மதியால் தோண்டி எடு..

வற்றா அறுவடையாய்
விளைந்து நிற்கும் விருட்சமும்
ஆணிவேராய் அகப்பட்டு கொள்ளும்..

ஆலமரமும் அடர்ந்த காடும் என்ற
கதையெல்லாம் புதைந்திருப்பதாய்
கவலைக் கொள்ளும் காவலனே..

நெகிழியை விட்டொழி
நெகிழ்ந்து நெஞ்சம் உயர்த்து
தஞ்சம் கொள்ளும் தாய் வீடான தரணியை...

உணவில்லை ,காற்றில்லை, நீரில்லை,
உயிர் வாழ வழியில்லையென
வசை பாடியது போதும்
வாழ்த்தட்டும் நம் இளைய
சமுதாயம்..

ஆறடி குழி தோண்டி..
புதைக்குழிக்குள் நாம்
செல்லும் முன்...
அரையடி குழி தோண்டி
புதைத்திடுவோம்..

ஆரவாரத்துடன் வெளிவருவாள்...
நேற்றைய பிணங்கள்
இன்றைய புதையல்களாய்..
நேற்றைய விதைகள்
இன்றைய விருட்சங்களாய்..!!

அசைந்து நிற்கும் அவனியோரே..
அந்தோ அவள் நின்ற இடம்
தரிசு நிலம் தாருமாறாய்
போனதென்ன..

சிரம் அறுத்துப் போகும் முன்
துளிர் விட்டு விருட்சமாக
நாமும் தோண்டிக் கொண்டே
தான் இருக்கிறோம்....
கழனியில் கால் வைக்காமலே..

கண்டுக் கொள்ள இயலுமோ
காணா அப்புதையலை..

பொறுமை அழித்தால்
பொங்கி எழும் கண்ணகியயவள்..
தரை குளிர்ந்து மனம்
குளிர்ந்திட புதைத்திடு..
பிணமான புதையல்களை..
நிலமகள் நிர்வானம் காண
விமர்சனமாய் நீ நிற்க...
சினம் கொண்ட அவளோ
சிதைத்து விடுவாள்..

இயற்கை தவிர்த்து செயற்கை உரத்தால்
மலடாய் போன மணற்நிலத்தை
மங்களமாய் பதிக்க...
பசுஞ்சானமிட்டு இலை தழையை
உரமாக்கி வேப்பிலை தெளித்து..
கருவுறச் செய்வோம்

#விவசாயம்
#ஜோடிக்கப்பட்ட வயல்வெளி

நின் ஸ்பரிசத்தில்
திளைக்கிறேன்..
அதனையே கண்டு வியக்கிறேன்..

நின் கரம்பட்ட
கருங்கூந்தலும்
கனக்குதடா...

இதயம் ஒரு நொடி
இழந்ததாய்
உணர்ந்தேனடா..

உள்ளிழுக்கப்பட்ட
ஒரு துளி கடல் நீராய்
என்னுள் புகுந்து
காதலாய் அரங்கேறுதடா...

உன்விரல் பட்ட நேரம்
நாளிகையும் நகர்ந்தே
செல்லட்டுமடா..

நின் பாதங்களும்
பதறாமல் அடி அடியாய்
எடுத்து வைக்கட்டுமடா..

உன் முந்தானையில்
நின் முகம் பதியட்டுமடா..
நிதானம் நீங்காமல்
இருக்கட்டுமடா..

போர்வைக்குள் புதிராய்
பார்வைக்குள் பதறாய்
விரகம் அமையட்டுமடா..

போதையில் பாதையாய்
நீ வேண்டுமடா..

தொடாத காதல்
தொட்டுத் தான்
செல்கிறதடா..
தேகம் முழுவதும்...

கல்லாய் இருந்த
மனம் மெழுகாய்
உருகியதடா...

காதல் கவிதை
கடுகளவும்
வரவில்லையேயடா...!!??

#கற்பனைகள்

சிறுகதை

விழி மயக்கும் அழகில்லை
இருந்தும் வித்தகனின்
விழியில் விழுந்தாலடி..

ஏழெட்டு மாதம் விழியில்
காணாது மதியால்
கவிழ்ந்த வான்மதி...

நித்தம் விழி காண துடிக்க
விதிமுறையின்றி
விடுமுறை எடுத்தப்பாடில்லை

விடிந்தும் காண நனவில்
தோன்றி கனவில் மறையும்
கள்வனோ..

அலைப்பேசியும் அழைத்துச்
சென்றது கள்வனாய்
காதலனாய் அப்படியே
கணவனாயும்...

கனவில் நனவில்
மனதில் பல நூறு
வருடம் பாரினில்
திளைத்த சோடி
கிளிகளாய்...

என்று காண்போம்
என ஏக்கம் இருக்க..
இருந்தும் நெருங்கிய
வாழ்ந்தன யாக்கை
யில்லா இரு உயிர்...

காண நேரம் கண்பட்ட
பொழுதில் கடவுள்
தேர்ந்தெடுத்த கள்வனோ
என கண்டறிந்த முதல்
முகம்...

அளவில்லா நேசம்
நேசத்தின் சொந்தக்காரனோ
பாசத்தின் எல்லை நீங்கியவனோ...

பதிலுக்கு பத்துமுறை
கையை பற்றியே
பற்றிப் பிடித்து இஜ்ஜென்மம்
உன்னோடு...
நீயே என் காதலி
நீயே என் மனைவி
நீயே என் நிரந்தரம்
நீயே எந்தன் உலகம்
உளமார உரைத்து...

பலமுறை பகட்டாய்
பதிலுரைத்து ..
வானுறை மைந்தன்
எந்தன் உயிராய்..
மனதுக்குள் மனிதி
சொல்லிக் கொண்டு..

அலைபேசி வழியே
கடத்தியே சென்றால்
அக்காதலை..

நாழிகை நாட்களாக
நாட்கள் வாரங்களாக
வாரங்கள் மாதத்தை
தாண்டி வருடத்தை
கடந்து நின்ற தருணம்
கடத்தப்பட்ட காதலாய்..

கணவனாய் ஆகி
நின்றான்
முறைப்பெண்ணின்
முறை மாமனாய்...

சொட்டு நீர் காணாத
கண்மாய் குளமும்
கடலுமாய் விழிநீர்
ததும்ப விசும்பி
உடல் உயிர் துறக்க ..
உள்ளம் மட்டும்
துடித்துக் கொண்டிருந்த
வேளையில்...

துடித்தது துடிக்கிறது...
கடத்தப் பட்ட காதல்.

#கடத்தப்பட்ட காதல்

புதுக்கதை ஒன்னு பழைய
கதையானத சொல்லவா..!!??

மென்னிரழகு பொன்னிறமேனி
நேர் அகலமும்னு நீண்ட
உடல்வாகம் ...
மொத்த அன்பும் பொரிந்து
தள்ளும் பாசமும் ,பொங்கிவரும்
கங்கை காவிரியை விட
அன்பு அதிகம் தான்...

ஏன் அப்படி சொல்றோம்னா..
சூடு சொரனை அப்படினா என்னனு
கேட்கும் குணம்...
அப்படியும் சொல்ல வரலை...
மொறப்பு வீராப்பு என விரும்பி
ஏத்தாலும் அவளை அது ஏத்துக்க
மாட்டிங்குது..

மேனியிலிருந்து நழுவும்
தாவணியாய்..
எங்கே எங்கேயோ சரிந்து
விடுவேனோ என அவ்வப்போது
எண்ணிக் கொள்வாள்..

இதுவரை இறுதிவரை ஒருவன்தான்
பயணித்தான் என்று இன்னும்
அவளுக்கில்லை..ஏகப்பட்ட பேர்

எண்ணிப்பார்க்க இயலாத
புருஷர்கள் (ஆண்கள்) ஏங்கி தான்
நின்றனர்..இவள் நேசத்தின்
தோற்றத்திற்கு...

அவளுக்கோ இதயம் முழுவதும்
அவன் ஒருவனே பரவிக்கிடந்தான்
ஏகப்பட்ட நேசம் எனக்கு வேண்டாம்
எனக்கின்னு ஒரு நேசம்...

ஒதுங்கி தான் நின்றாள்
ஓரமாய் போனவர்கள் கூட
ஒரு படி அதிக அன்பு கொட்டிதான்
சென்றார்கள்...

அன்னை தெரசா அன்பை
படித்தவர்கள் நாளும் இவள்
அன்பை மெச்சி சென்றார்கள்..

அடுத்த அன்னை தெரசா என்றும்,
எங்கோ சுருண்டு விழும்
யாரோ ஒருவருக்கு இங்கிருந்து
பதறியடித்து ஓடி தண்ணீர்
தெளிக்கும் தெளிஞ்சி
தன்னிகரில்லா தாய்மை தான்...

எத்தனை நேசம் அவளை
பின் தொடர்ந்தாலும் நெருங்கி
நின்ற நேசத்தில் நெருங்காத
தீண்டல்...

அவளுடன் பயணித்தவர்கள்
சொல்லி சென்றனர்...

நொடிகள் நிமிடங்களாக
நிமிடங்கள் மணிகளாக..
மணிகள் நாட்களைக்
கடந்து பல மாதம் பல வருடம்
என கடந்தது...

மடந்தை இவள் மந்தையானலே
அவள் அன்னை அழுதழுது
அழுத்துக் கொண்டாள்..

இவள் வயசொத்த பெண்பிள்ளைகள்
என்னமாய் ஜொலிக்குதுங்க..
இவள் என்னடானா வீட்டை விட்டு
எட்டிக்கூட பார்க்க மாட்டேங்கிறா...

பக்கத்து வீட்டுலேயோ
தெரு வீதியுலையோ
கல்யாணம் காட்சினு எது நடந்தாலும்
வந்து நிக்க கூட மாட்டேங்கிறா...
வானவேடிக்கை இரசனை கூட
இல்லாதவ ...என்னாமா வெடிக்குது
இந்த பட்டாசெல்லாம்.
கலர்கலரா மின்னிட்டு, நைட்டு
வெடிச்சா வானத்து நட்சத்திரமா
நம்ம கிட்ட மின்னி விழுகுமுல...
அடடா எங்கிருந்து இந்த இசை
என்னை அறியாமலே கை கால்
ஆட ஆரம்பிக்கிதே...

தடபுடலா சமையல் வாசனை
தூக்குது...தெரு முழுக்க
மல்லிகைப் பூ வாசனை
இழுக்குது..என்னென்ன
கலர்ல வண்ணவண்ண
டிரஸ் அப்புட்டு அழகா
இருக்குதுங்க...

இவளும் தான் இருக்காளே..
திருவிழா தேர்னா என்னனு,
என்னைக்கு திருவிழா,
ஒ ரேடியோ பாடுது
இன்னைக்கு தான் திருவிழாவோ என
இப்போ வரை கேட்டுக்கிட்டு இருக்கா..
ஆமா இவளுக்கு தோழிகளெல்லாம்
இருக்காங்களா..

தேர் திருவிழா காட்சினு
எந்த ஊர்க்கும் போகவே விரும்பதவ...

வெள்ளமான எழுந்திருக்கிறா..
வேகவேகமான தனக்கான
வேலையை முடிச்சு வேலைக்கு
கிளம்பிறா..

சாயங்காலம் வேளை முடிச்சு
வெரசா வீட்டுக்கு வந்துறா..
பழையபடி முகம் அலம்பிட்டு
சாப்பிட்டு ரூம்க்கு போய்ட்ரா..

நான் கூட அவளை அவந்திகானு
அவ பெயரை சொல்லி கூப்பிட்டு
எத்தனை வருஷமாச்சு..

அவ மட்டும் என்ன..,

என்னை அம்மானு கூப்பிட்டு எத்தனை
வருஷமாச்சு...

அடிக்கடி ஒரு நோட்டுபுத்தகத்தை
மட்டும் தூக்கிட்டு வந்துரா..
அதிலே கையெழுத்து போடு
கையெழுத்து போடுனு மட்டும்..
அப்பப்போ அதை நீட்டுவா...
வாய் தொறந்து சொன்னா என்னவாம்..
அதுல என்ன இருக்குனு..

ஒருநாள் படிச்சு காட்டுனா..
அம்மாடி என்னடிமா இது
தூக்கி வாரி போடுதே..
என்ன எழுதி கொண்டு வந்துருக்கா..
பாருங்களேன்...

"அவள் ஒரு அனாதை"னு எழுதி
கொண்டு வந்துறா..
பெத்தவ நா உசிரோட
இருக்கப்ப அவ ஏன்
அனாதை ஆகனும்..
அவ ஏன் இப்டி பண்றா...

எண்ணெய் வைச்சு ,தலைவாரி,
பூ ,பொட்டு வைச்சா,
பொண்ணா இலட்சணமா
இருக்கலாம்..

தலைவாரிக்கிறா அந்த
நெத்தி எதுக்கு இருக்கு
குங்குமம் சந்தனமும்,
வட்டப்பொட்டு நீலப்பொட்டு
ஸ்டிக்கர் பொட்டுனு எவ்வோள
அழகா இந்தப் புள்ளைங்க
பொட்டு வைக்கிறாங்க...
தானும் ரெண்ட எடுத்து
வைச்சுகிட்டா என்ன..

அவ நெத்தில மட்டுமில்ல
எங்க வீட்டு பூஜை பொருள்,
அலங்கார பொருள்ல
இந்த பொட்டுனு ஒன்னும்
இருக்குற தேயில்லை..

நானா வாங்கி வைச்சாலும்
வைச்ச யிடம் மாறி மறுநாள்
குப்பை தொட்டில பாக்கனும்..

காலகாலத்துல கல்யாணச்
செஞ்சு பார்க்க ஆசைப்பட்டேன்..
அவ காலபுறமா
கண்ணியாயிருக்க
என் மனசு தாங்கலை..

இவ என்ன இருவத்திவொன்னா
நூற்றாண்டு பொண்ணுதானே..
அதுக்குள்ள என்ன, அவளே அனாதை,
விதவையினு ஆக்கிக்கிறாள்...

வரவே போறவளெல்லாம்
பொண்ணுக்குசேதியில்லையா
இல்ல குத்த குறையானு
கேட்டுப் போறா...

அவ்ளோ ஏன், இந்தா போறாளே..,
அவளோட பொறந்தது
தான் இந்த அமுதா..
அவள் பையன் பொண்ணு
4,3னு படிக்கிதுங்க..
காலம்புரா நான் பொலம்ப
வேண்டிதான் இருக்கு..

நல்லாபடிச்சா மட்டும் போதுமா
நல்ல சம்பளம் வாங்குனா
போதுமா..எனக்கின்னு
ஒரு பேரன் பேத்தி.!!
எப்போவும் நடக்காத விடயம்
தான் போல..

எனக்கென்ன நான் தடுக்கி
விழுந்தா என்ன பார்க்க என்
2மகன் இருக்காங்க..
தனக்குத்தானே பேசிக்கொள்கிறாள்..

அந்நேரம் அங்கு வந்த அவந்திகா..

பேசமா நீ உன் மகன் வீட்டுக்கு
போறேன்னா போம்மா..
நான் எதும் சொல்லைலலம்மா..
என்றவாறு
அவ ரூம்க்குள்ள போய்ட்டா..

அவந்திகா அம்மா மரகதம்

அவங்க மகன் வீட்டுக்கு
போயி ரெண்டு னாள் ஆச்சு..

தொடரும்

மரகதம்மா வீட்டைவிட்டு
போனாலும் அவ மனசென்னவோ..
அவந்திகா நினைச்சே மனம்
படபடத்தது...இதுவரை அவந்திகாவும்
மரகதம்மாளும்
ஒருவரையொருவர் பிரிந்ததில்லை...

வானம் பார்த்து புரண்டு படுத்து
எவ்வளோ நாளாச்சு..
வானத்தை பார்த்து ..எதோ
நினைவுக்கு வருகிறதோ..
அவள் முகம் சுருங்கி
அவள் வாழ்வு கும்மிருட்டாய்
தோன்ற ஏதோ ஏக்கமாய்
அவள் ரூமுக்குள் வந்துவிட்டால்..

ஆம் இப்போது உறக்கம்
கொள்ள விரும்பியே கண் அயர்கிறாள் .. ஆம்
இப்போது என் அறையில்
நானும் என் கணவனும்
ஒருவரையொருவர் பார்த்து
கொள்கிறோம்..

எந்தன் முன்...நிழலாய் அவன்
நிஜமாய் என் கண்ணீர்..
ஆம் என்னை கொள்ளைக்
கொண்ட கள்வன்..
ஆனால் இன்று அதிகம்
புலம்புகிறேனே..

அம்மா... அம்மா... அம்மா
சிறு இதயம் சற்று கனக்கிறது
அம்மா என்னுடன் இருந்திருந்தால்
அவன் நினைவு வந்திருக்காதே..!!

தனிமை இனிமை தரும்னு
யாரு சொன்னாங்க..
அய்யோ ஆனால் இந்த தனிமை
என்னை மட்டும்
இப்படி வதைக்குதே..
உயிரே வெறுக்குதே..!

உயிர் வாழ உணவு மட்டும்
போதுமா..!??

உணவின்றி உயிராய்
உயிரின்றி உடலாய்
உடலின்றி இரணமாய் என்
இதய தேகம் கனக்கிறது..
இன்னும் என் உயிர்
வாழ்கிறதென்றால்
அவன் நினைவால் மட்டுமே..

ஆம் சித்திகரிக்கயிலா அன்பு
தான் இப்போது நினைத்தாலும்
ஆனந்தம் கொட்டுகிறது..

இதோ என் இருகைகளை
இறுகப்பிடித்து இறுதிவரை
உடன் இருப்பேன் என்றவனது
வார்த்தை இறுதியில் என்
இதயத்தில் மட்டும்...

ஆம் அன்று உலகம்
அழகாய்தான் இருந்தது
நானும் அவனும் அன்பில்
திளைத்து அளவிடாயிலாது
இன்று நினைத்தாலும் ஆனந்தம்
அதை விட அழுகையே
முந்துகிறது...

என்ன இது என் கண்
சுனைகளாகிறது..என் அம்மா
என் அம்மா என் உடன் இருந்திருக்கலாம்..
அய்யகோ..
என்னையும் மீறி கண்ணீர்
குரல் ததும்புகிறதே..
கண்ணீர் ததும்ப விழிக்கிறாள்.

அவளும் அக்காவை நாடி
சென்று விட்டாளே..நானும்
நொடிக்கு நொடி அனாதை
ஆகிறேனே..

இத்தனை வருடத்திற்குப்பின்..
அதே முதல் வருடம் போல்
அழுகுரல் பீறிடுகிறது..
நான் அழக்கூடாதே ..

என்ன இது என்னை
வதைப்பது எது ?எங்கே அவன் ?
எங்கே என் காதல்?
எங்கே என் வாழ்வு?
இதோ இதோ மீண்டும்..
அவன்...

பொழுது விடிகிறது..

ஏன் இந்த பரபரப்பு ஆம்
அவனை,அவனைத்தான்
காண விரைந்தோடுகிறேன்..

எங்கே ,அதோ அங்கே அவன்
வாசனை,அவன் நெருங்கும்
போது ஏற்படும் நெருக்கம்
பிணைப்பு இந்த அழுத்தம்
இன்னும் அதிகமாகுதே..!!

இதோ இங்கு தான் நுழைவுச்சீட்டு
வாங்கிய இடம் அழகிய நந்தவனத்தில்
நுழைவுச்சீட்டு விரைந்து
வாங்குகிறான்..

இதோ இங்கு தான் நாங்கள்
அமர்ந்திட்ட இடம்
நானும் அவனும்
கைக்கோர்க்காமல் கை இறுக்காமல்
இரு மனம்
நெருங்கி நடந்த பாதை..

இதோ என்னை அவன் மடிமீது
உறங்க வைத்த தருணம்
அழைப்பு மணி வருகிறது
இதோ வருகிறேன்கா என்கிறான்..
வந்துட்டேன்கா என்கிறான்..
ஒரு அடி கூட அசையாமல்..
என் தலை கோதலில் அவன்
கை ...
விரல்கள் மட்டும் கார்குழலில்
மெதுமெதுவாய் நகர்கிறது..
கால் அங்கேயே
மரமரத்து.....

விரல்கள் மட்டும் என் கார்குழலில்
நகரந்த நொடியில் படபடப்பு.
நேரம் அதிகமாயிச்சு என
கானப்பறவைகள் காதில்
கீச்சிட்டு சென்றன..

என்ன இது நேரம் அதற்குள்
முடிந்ததே ..!
என்னும் போதே..
இதயம் கனக்கிறது..

அய்யோ என்னால் நடக்க
இயலவில்லை..
நகர தோணவில்லை ..
என் இதயம் ...என் இதயம்..
என்ன யோசிக்கிறது..

என் சிந்தனையில்
நிறைந்தவன் அவன் தானே..
அய்யோ!!
என்ன இது..!!

நான் நினைத்தது போலவே
அவன் கரங்களில் தவழ்கிறேன்..

முதன் முதலாக அவன் கரங்களில்
குழந்தையாய்
வாரி அள்ளிக்கொண்டு
நடக்கிறான்..

என் கருங்கன்னம் சிவக்கிறது
நாணத்தில் முதன்முறை அல்லவா...
இருந்தும் சிறுசிறு
சிணுங்கலாய் ..

வெட்கத்தில்.. பூரித்தது போதும் ...
போதும்
இறக்கி விடுங்கள்..
நான் நடந்து வருகிறேன்..

சிறு கோபமாய் இறக்கி விட்டான்..
என்ன சோதனை

தொடாமல் நடக்க
கட்டளையிடுகிறானே...
அதற்கு அவன் கைகளிலே
தவழ்ந்திருக்கலாம்..

அந்நாள் அவ்விரவு அவனோடு
அவன் நினைவோகளோடு ...
கரைகிறது..!

இப்பொழுது எல்லா தினம்
வருகிறான் பல சமயம்
கண்ணீர் தான்...

சிறு இதயமும் கனம் காண்கிறது..
உடன் இருக்கிறான் அவன்
நினைவாலே ..

நாட்கள் நகர்கிறது..

என் அம்மா அதோ வருகிறாள்...
இத்தனை நாள்
பிரிந்து சென்றாளே கோபம்
தான் என்னால் பேசமுடியாது..
கோபம் தான் கொள்கிறேன்..

அதற்குள் முண்டியடித்து என்
கண்ணீர் பேசிவிட்டது..

அவளைக் கண்டதும் கண்ணீர்
என் மூக்கில் முத்தமிட்டு நிற்கிறது..

அதற்குள்..வார்த்தையை இறைத்தாள்..
வரன் பார்த்து வந்தார்களாம்
யாருக்கு வேண்டும் ..
எத்தனை வருடம் கடந்தாலும்
அவன் வந்து போவது என்
மனதிற்கு மட்டும் தானே
தெரியும்..
ஒரு வேளை அவனுக்கு..!
அவனுக்கும்
தெரிய வாய்ப்பில்லை..

எனக்குள் அவன் வருவது
மட்டுமே வழக்கம்..
அவனுக்குள் நான்...???

உள்ளுற அவன் சமிக்ஞை
வெளியில் வேறு உறவுக்கு
நான் எவ்வாறு
தலையாட்டுவது...!??

காந்தர்வ மனம் புரிந்த
எங்களுக்கு வேறுயெவர்..

ஐயோ !
நான் என்ன செய்வது..

என் மனம் சஞ்சலமடைகிறதே..
என்ன இது இரணமாய் துடிக்க..
இதயம் பட படக்க அவள்
தன்னையே குழப்பிக் கொள்கிறாள்..

என்ன இது..நான் கேள்விப்பட்டது
உண்மையா..
பொய்யாக கூடாதா..

என்னில் காந்தருவம்
புரிந்தவனுக்கு
கல்யாணமாம்..

அவனை அழைத்து பேச
என்னிடம் அலைபேசி
இல்லையே..
தகவல் அனுப்ப நந்தியும்
தாமதம் செய்துவிடுமே..

தன்னை வெறுத்த அவள்
கால்கள் விரைந்தோடிகிறது..

ஏரியா, குளமா, கடலா,
கிணறா அட இங்கு அவன்
நிலைத்தவன் அங்கு நான்
எப்படி நிலைப்பது..
நிலையில்லா மனம் தான்
அந்த ஆடவர் மனதோ..,

அவள் கால்கள் விரைந்தோடிகிறது
3 மைல்கல் தூரம் அவள் சிநேகிதி அதோ..
மாலா கேள்விபட்டியாடி
என்னவன் எனக்கானவனுக்கு
இன்னும் இரண்டு நாளில்
கல்யாணமாம் சேதி வந்துச்சுடி
நான் இனி என்ன செய்ய
அவனும் நானும்
காந்தருவமனம் புரிந்ததை
மறந்தானே..
எச்சூழ்நிலையிலும்
உன்னை மறவேன் என்றானே...
எந்தன் கண்ணான
கணவன் அவன்தானு
கடவுள் முன்னாடி
சொன்னானே..இப்போ
என்ன விட்டு போக
எண்ணியதென்ன..!! அவனை
பிரிந்து என்னால்
வாழமுடியாதே...!
கண் கலங்கி நிற்கிறாள்..

அடி அவந்து (அவந்திகா) இது
ஆடி மாதம் இந்த மாதம் ஏது
கல்யாணம் கவலைப்படாம
போ..
அவள் குறுகிய விழிகள் அகண்டு
அகல விழிகளாய் ஆச்சரியத்தில் ..
திருப்தியானாள்..

அப்படியா.. அட ஆமான்றேன்
என்கிறாள்..
இதுபோதும் இருந்தாலும்...

என்ன இருந்தாலும் போனாலும்..
ஒழுங்க ஆடுபோய் சேர்
ஓ அம்மா உன்னை தேடுவாங்க...ம்

ஆனால் அவன் குரல் கேட்டு
நாழிகையில்லை..
வருடங்கள்
ஆகிவிட்டதே...

ஏதோ தனக்குத்தானே..
புலம்புகிறாள்..

எனக்கு நல்ல ஞாபகம் இருக்கு
அவன் அடிக்கடி
சொல்லுவான் நம்ம பேசாட்டயும்
உன் மனசுல
நானும் என் மனசுல நீயும்
எப்போதும் உரையாடல்
தானே நடக்குதும்பான்..

என்ன செய்ய..ஒருவழியாய்.. அலைபேசி
அலைவழியே...அழைக்கிறாள்..அவன்
அலைபேசி ஓங்காரமாய்
ஒலிக்கிறது.. அடடடா என்னை
நினைத்து அவன் வைத்த பாடல்
இதோ காதில்...

"என் மனசுல அடி உன்னை
நினைச்சதுனாலே வேறயாரையும்
இந்த நெஞ்ச
நினைக்கல மானே..
"""

ஓங்காராமாய் ஒலிக்க..

மயங்கி தயங்கி நிற்கிறாள்

உதட்டை பிதுக்கலாய் கொண்டு
ஏதோ உளறி கொண்டிருக்கிறாள்..
எனக்காக வைத்த அந்த
இசை ஓங்காரமாய் ஒலிக்கிறது..
எனக்காக அவன் அலைபேசி
என்னையும் மாற்றவில்லை என்னும்
போது இதமாய் இனிக்கிறது..

இதோ அவன் குரல் ஆறுதலாய்..
அவன்பால் இலயித்துவிட்டாள்..

அவன் பால் தஞ்சம் அடைகிறது
அவள் மனதும்..நிம்மதியாய்
ஒரு மூச்சு..எத்தனை நாட்கள்
கேளாதிருந்த என் செவிக்கு
தேனீலும் மதுரமான அவ்வாயின்
மொழி பல மாதம் கழித்து முதன்
முறை கேட்கிறதாய் விழிகளை சுழற்றி
அவன் கண் முன்னே நிறுத்தி வட்டமிடுகிறாள்...

அம்மு... அம்மு...
(கொஞ்சம் மெதுவா
நீங்களே சொல்லிப்பாருங்க).
அவன் பெயரை இவள் இதுவரை
வெளியரங்கமாய் உச்சரித்ததில்லை
போலும்...

கணவனாக பாவித்து
வாழ்ந்தவள்லல்லவா..
கல்லானாலும் கணவன்
புல்லானாலும் ....!!

என் கள்வனா என் காதலனா
என் கணவன் என் அனைத்துமானவன்...
சிறு புன்னகையில் புன்முறுவல் கொண்டு..

இதோ இதோ அன்பு மழை பொழிகிறது..
அவ்வுலகில் நீங்களும் ஒருமுறை
வசித்தவரென்றால் அதன்
இன்ப மழையின் உணர்வுகள்
புரியும்...

இதோ நனைகிறேன்
அவள் அவனுக்காய்
சிதறி விடும் அன்பு மழையில்
உடை நனையவில்லை
விழி நனைந்தது ..இதயம்
ஈரமானது..

இதோ விழுகிறேன்..
நாணத்தால் (நாணம் எப்போதும்
அவரைக் கண்டாலே தன்னை
அறியாமல் ஒட்டிக் கொண்டு விடும்.)

என்னங்க....

சொல்லுமா..

என்னங்க...
என்ன..

இது ஆடிமாதமாமே
இந்த மாதம் திருமணம்
வைப்பதில்லையாமே..

என்ற கேள்வி முடிவதற்குள்
அவள் அலைபேசி அணைந்து
ஏமாற்றத்தை கொட்டி தீர்த்து விட்டது..

என்ன செய்ய அவள் பக்கம்
தான் அணைந்தது போதிய
மின்னேற்றமின்றி..

நாட்கள் நகர்ந்தப்பின்
அவனிடமிருந்து அழைப்பு

என்னங்க நலமா என்கிறாள்
நலம் நீ எப்டி இருக்க..
என்ற வினாவில்..
அக்கறை இல்லையென்றாலும்..
நலம் தான் ஒரு சலிப்பில்
பதிலளித்தாள்...

உனக்கு ஒரு விஷயம் தெரியுமா..
என்னாச்சுங்க என்ன
சொல்லுங்க..

எனக்கு திருமணம் முடிந்தது..

.....!!!???

பெரும் அமைதிக்கு பின்
என்ன சொல்றீங்க விளையாடாதீங்க

புகைப்படம் எங்கே..??
விரைவில் அனுப்ப உத்தரவு
இடுகிறாள்..!

சற்று காலம் போகட்டும்
அனுப்பி வைக்கிறேன்
என்றவன்...

ம் நாம் பழகி பேசி ஏழு
வருடம் ஆச்சுல...ம் ஆமா
என்றவனோடு நினைவுகளை
ஆசுவாசப்படுத்தி நாணம்
கலந்த வெட்கத்தில்
லவ் யூ அம்மு என்றவாறு
விடைபெறுகிறாள்...

அழைப்பு மணியும்
அலைபேசியும் விடுப்பு
எடுத்துக் கொள்கிறது..

நாட்கள் மாதங்கள்
வருடங்கள் என அலைப்பேசியில்
அழைப்பு வருவதாயில்லை...

இன்றும் அவன் அழைக்கும்
அழைப்புக்காக அவள்
அலைப்பேசி காத்திருக்கிறது..

என்றும் அவன் நினைவில்
அவள் பயணம் ....

முற்றும்..